I LOVE TO HELP
GUSTO KONG TUMULONG

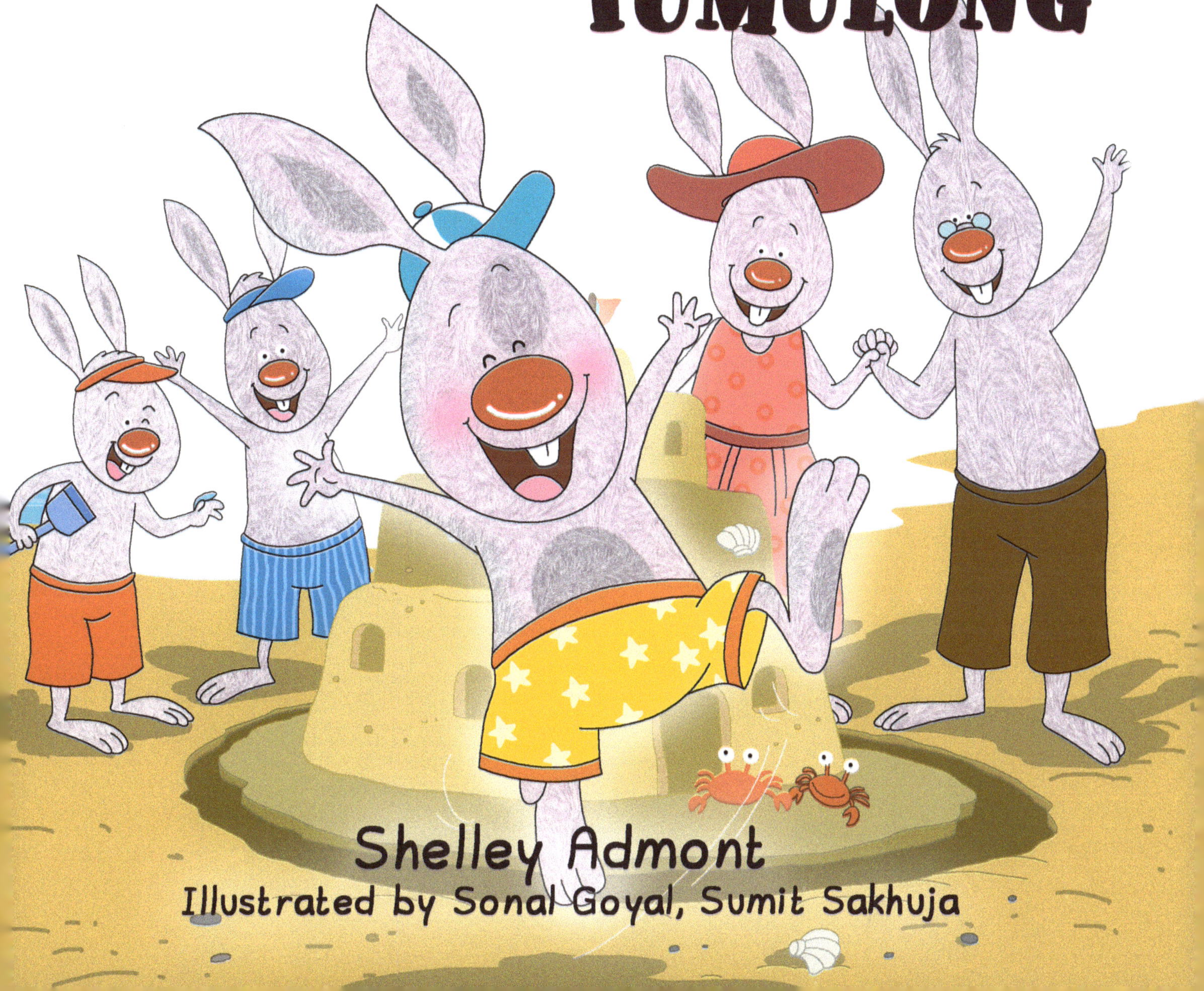

Shelley Admont

Illustrated by Sonal Goyal, Sumit Sakhuja

www.kidkiddos.com
Copyright©2015 by S.A.Publishing ©2017 by KidKiddos Books Ltd.
support@kidkiddos.com

All rights reserved. No part of this book may be reproduced in any form or by any electronic or mechanical means, including information storage and retrieval systems, without written permission from the publisher or author, except in the case of a reviewer, who may quote brief passages embodied in critical articles or in a review.
Second edition, 2019

Translated from English by Melissa S. Lobo
Isinalin mula sa wikang Ingles ni Melissa S. Lobo

Library and Archives Canada Cataloguing in Publication
I Love to Help (Tagalog Bilingual Edition)/ Shelley Admont
ISBN: 978-1-5259-1999-2 paperback
ISBN: 978-1-77268-932-7 hardcover
ISBN: 978-1-77268-930-3 eBook

Please note that the Tagalog and English versions of the story have been written to be as close as possible. However, in some cases they differ in order to accommodate nuances and fluidity of each language.

For those I love the most–S.A.
Para sa mga pinakamamahal ko–S.A.

Jimmy bounced around the car in excitement.
Tumalon-talon sa palibot ng sasakyan si Jimmy sa kasabikan.

"We're going to the beach!" he shouted happily. "We're going to the beach!"

"Pupunta tayo sa dagat!" masayang sigaw niya. "Pupunta tayo sa dagat!"

Dad laughed as he opened the trunk of the car. "That's right!" he said, "It's a lovely sunny day and we want to get going quickly."

Tumatawa ang Tatay habang binubuksan ang likod ng sasakyan. "Tama 'yon," wika nito, "Ngayon ay isang magandang araw kaya't bilisan na natin."

"Why don't you help us carry the things we need to the car? Your brothers are helping already."

"Bakit hindi mo kami tulungan bitbitin ang lahat ng kailangan natin papunta sa sasakyan? Ang mga kapatid mo ay tumutulong na."

Jimmy stopped bouncing and looked towards the front door of their house.

Huminto si Jimmy sa pagtalon at tumingin siya sa harapan ng pinto ng kanilang bahay.

Jimmy's two brothers were helping carry things to the car.

Ang dalawang kapatid ni Jimmy ay tumutulong sa paghahakot ng mga gamit papunta sa sasakyan.

The oldest brother had colorful buckets and spades in his hands, and the middle brother was carrying the picnic basket.

Ang nakatatandang kapatid niya ay may dalang makulay na balde at mga pala sa kamay nito, at ang sumunod sa panganay ay may dalang basket na pampiknik.

"Come, Jimmy!" Mom called from the doorway. "You can carry the bag of towels or this small beach chair. It won't be very hard."

"Halika, Jimmy!" tawag ng Nanay mula sa pintuan. "Maaari mong bitbitin itong bag na puno ng tuwalya o kaya itong maliit na upuan. Hindi ito masyadong mabigat."

Jimmy looked at the towels and chair. "No, thank you!" he said with a grin. "I'm too busy JUMPING!"

Tiningnan ni Jimmy ang mga tuwalya at upuan. "Hindi na, salamat na lang po!" sabi niya sabay ngisi. "Masyado akong abala sa pagtalon!"

The forest where they lived was not too far from the beach and Jimmy wriggled with excitement the whole way.

Hindi kalayuan sa dagat ang tinitirhan nilang kagubatan at hindi mapigilan ni Jimmy ang sobrang pagkasabik sa buong paglalakbay nila.

When he saw the golden sands of the beach and the sparkling blue water of the sea, he started jumping in his seat.

Nang makita niya ang malagintong buhangin sa tabi ng dagat at ang kumikinang na asul na dagat, nagtatalon siya sa kanyang upuan.

"Alright, we are here," said Dad.

"Sa wakas, andito na tayo," sabi ni Tatay.

Jimmy got out of the car. "This is amazing!" he exclaimed and ran down towards the water.

Si Jimmy ay lumabas ng sasakyan. "Nakakamangha dito!" siya ay napasigaw at tumakbo patungo sa tubig.

"Wait!" Mom called after him. "You've got to help us take everything out of the car."

"Sandali!" tawag ng Nanay. "Kailangan mo kaming tulungan para na maibaba lahat ng gamit mula sa sasakyan."

Jimmy turned around, waving at his family. "No, thank you!" he said. "I've got to build a GIANT SANDCASTLE!"

Tumalikod si Jimmy, at kumaway sa kanyang pamilya. "Hindi na, salamat na lang po!" sabi niya. "Kailangan kong gumawa ng malaking kastilyong buhangin!"

He ran to a perfect spot on the beach, right next to the sea, and started to scoop sand into his hands.

Siya ay tumakbo papunta sa isang magandang pwesto sa tabi ng dagat, at siya ay nagsimulang sumalok ng buhangin sa kanyang kamay.

Jimmy was so busy that he didn't notice his family going to and from the car, carrying objects down to the beach.

Masyadong naging abala si Jimmy na hindi man lamang niya napansin ang kanyang pamilya na pabalik-balik sa sasakyan upang dalhin ang mga gamit sa tabing-dagat.

Meanwhile, the sandcastle grew bigger and bigger.

Samantala, ang kastilyong buhangin ay palaki na ng palaki.

"My castle is going to be so big, a King and Queen are going to want to move in!" Jimmy said, imagining tiny knights and servants running around inside.

"Ang kastilyo ko ay magiging sobrang laki, maging ang isang Hari at Reyna ay gugustuhing tumira rito!" sabi ni Jimmy habang iniisip niya na may mga maliliit na kabalyero at utusan na nagtatakbuhan sa paligid ng kastilyo.

While Jimmy was working on his castle, his older brothers were hunting for shells.

Habang ginagawa ni Jimmy ang kanyang kastilyo, ang mga nakatatandang kapatid niya ay naghahanap ng mga kabibe.

Dad went swimming in the sea and Mom lay on a towel further up the beach.

Si Tatay ay lumangoy sa dagat at si Nanay naman ay nakahiga sa tuwalya sa dalampasigan.

Jimmy was so focused on his castle that he didn't really notice what the rest of his family were doing until…

Si Jimmy ay masyadong nakatutok sa paggawa ng kanyang kastilyo at hindi niya napansin ang ginagawa ng kanyang pamilya hanggang sa….

"Watch out!" Jimmy heard his dad shout.

"Mag-ingat ka!" narinig ni Jimmy ang sigaw ng kanyang Tatay.

He looked up just in time to see a giant wave rising up beside him from the sea!

Napatingin siya kaagad at nakita niya ang isang dambuhalang alon na papalapit sa kanya mula sa dagat!

"Oh no!" cried Jimmy as the wave crashed down on top of him. When the water pulled away, Jimmy lay on his back and tried to catch his breath.

"O, hindi!" iyak ni Jimmy nang tumama sa kanya ang alon. Nang umagos ang tubig pabalik sa dagat, humiga si Jimmy at sinubukan niyang habulin ang kanyang hininga.

"Yuck!" Jimmy spat out salty water and pulled seaweed from behind his ears.

"Kadiri!" sabay buga ni Jimmy sa maalat na tubig at saka niya hinila ang halamang-dagat na sumabit sa likod ng kanyang tenga.

Then he looked up to see what had happened to his castle.

Pagkatapos, tiningnan niya kung ano ang nangyari sa kastilyong kanyang ginawa.

"Noooo!" he cried. The castle was completely destroyed!

"O, hindiiii!" iyak niya. Ang kastilyong ginawa niya ay tuluyan nang nasira.

Jimmy felt hot tears on his face as he looked at the ruined castle.

Patuloy ang pag-iyak ni Jimmy habang tinitingnan ang nawasak na kastilyo.

Mom knelt down beside him and gave him a hug. All his family had stopped what they were doing and gathered around him.

Lumuhod sa tabi niya ang kanyang Nanay at binigyan siya ng mahigpit na yakap. Lahat ng kapamilya niya'y huminto sa kani-kanilang mga ginagawa at nagtipon sa kanyang tabi.

"I'm sorry about your castle," Dad said.
"Ikinalulungkot ko ang nangyari sa kastilyo mo," sabi ni Tatay.

"Yeah, it looked really cool," said the oldest brother.
"Oo nga, ang ganda pa naman no'ng kastilyo mo," sabi ng kanyang nakatatandang kapatid.

"And big," agreed the middle brother.
"At ang laki," pagsang-ayon ng sumunod niyang kapatid.

Mom smiled. "Don't worry, Jimmy. We'll help you build a new one."
Ngumiti ang kanyang Nanay. "Wag kang mag-alala, Jimmy. Tutulungan ka naming gumawa ng bago."

"You will?" Jimmy asked.
"Talaga?" tanong ni Jimmy.

"Yes!" His family laughed and they all set about building the sandcastle again.
"Oo!" tumawa ang kanyang pamilya at naghanda na sila upang ayusin muli ang kastilyong buhangin.

Something was different this time. Jimmy realized that with his family helping him, the castle was bigger and more beautiful than before.

May kakaiba sa pagkakataong iyon. Naisip ni Jimmy habang tinutulungan siya ng kanyang pamilya, ang kastilyo ay mas malaki at mas maganda kaysa dati.

"Look!" the oldest brother pointed inside. Two crabs had settled down in the center of the castle. "It even has a King and Queen!"

"Tingnan mo!" tinuro ng kanyang nakatatandang kapatid ang loob ng kastilyo. Dalawang alimango ang nasa loob ng gitnang parte nito. "Ito na ang Hari at Reyna!"

Jimmy bounced up and down. "This is the best sandcastle ever!"

Si Jimmy ay nagtatalon sa tuwa. "Ito ang pinakamagandang kastilyong buhangin sa lahat!"

When it was time to go, the family began taking things back into the car.

Nang oras na para umuwi, ang pamilya ay nagsimulang maghakot ng mga gamit pabalik sa sasakyan.

Jimmy grinned. "May I help you?" he asked.

Ngumiti si Jimmy. "Pwede ba 'kong tumulong?" tanong niya.

He took the towels to the car and then ran back to help carry the buckets and spades too.

Dinala niya ang mga tuwalya sa sasakyan at tumakbo siya pabalik para tumulong din sa pagdadala ng mga balde at mga pala.

"Wow, we packed that really quickly," Dad said when they were done, looking at the empty beach.

"Wow, nakapagligpit tayo ng mabilis," sabi ng Tatay noong tapos na sila, habang nakatanaw sa walang katao-taong dalampasigan.

Even when they came home, Jimmy continued to help, carrying the beach chairs back into the house.

Kahit nakauwi na sila, si Jimmy ay patuloy na tumulong, hinakot niya ang mga upuan pabalik sa bahay.

"Everything works out better when we help each other," he told Mom.

"Lahat ng trabaho ay napapadali kapag nagtutulungan," sinabi niya sa Nanay.

Mom smiled. "Well, the car is empty now, except for one thing."

Ngumiti ang Nanay. "Wala nang laman ang sasakyan, maliban sa isang bagay."

Mom pulled out a packet of cookies. "I think someone needs to help eat these cookies!"

Naglabas ng isang supot ng biskwit ang Nanay. "Kailangan ko yata ng tulong para kainin 'tong mga biskwit!"

Jimmy laughed.
"Yes, please! I'll help."

*Tumawa si Jimmy.
"Ako po! Tutulong ako."*

www.ingramcontent.com/pod-product-compliance
Lightning Source LLC
Chambersburg PA
CBHW061143070526
44584CB00033B/4403